Okufunna Ekisinga oburungi mu Katonda

Kyawandikibwa
Derek Prince

OKUFUNNA EKISINGA OBURUNGI MU KATONDA

Originally published in English under the title:
RECEIVING GOD'S BEST

ISBN: 978-1-908594-76-1
Catalog no: T110 LUG

Derek Prince Ministries–International
P.O. Box 19501 Charlotte, NC 28219

Published by permission in the LUGANDA language.

Ebyawandikibwa ebikozeseddwa mu kitabo kinno bigiddwa mu Baibuli Ekitabo Ekitukuvu.

Okumanya ebisingawo ku kitabo kinno.

DPM-Uganda,
Post Office Building, Entebbe, Uganda.
Web: www.derekprince.com/uganda

OKUFUNNA EKISINGA OBURUNGI MU KATONDA

Essomo **werisangibwa**

Essuula 1

ABAKIRIZA ABAFUNNA EKIKUMI

Njagala tutandike essomo lyaffe linno nga nkubuuza ekibuuzo nti, wandyagadde okufunna ekikumi mu bintu bya Katonda, mu mirimu gyo oba mu makka go?

Nga nsinziila ku kibuuzo ekyo, njagala okugabana naawe ebintu munaana, by'olina okukola bw'oba nga oyagala okufunna ekikumi kye twogerako.

Ekisokeera ddala olina okumanya nti enkolaganna yaffe ne Katonda, elimu ebintu bibiiri: ekisooka kwe kumannya Katonda by'alina oba by'ayinza okutukorela, ate ekiddako kwekumanya kyetulina okukola okusinziila kw'ebyo Mukama by'abeera atugambye.

Era olina okumanya nti, obulamu bwetubelaamu businziila kungeeri gye tukola ebintu bya Katonda.

Kinno kye yorekela bulungi mu lugeero lw'omusizi olusangibwa mu Mattayo 13:3–9, 18–23.

Mu lugeero lunno omusizzi yafuluma n'asiga ensigo, naye ensigo yagwa kutakka lyanjawulo.

Ezasooka z'agwa ku mabbali g'ekubo, era olw'okuba lyali gumu nga lirinyiriddwa abo abayitangawo, ensigo ezo tezayingila mu ttaka, era ekyadiriila ebinyonyi by'omubbanga byazilya nga tezinamela, wadde okubala ekibala kyonna.

Ezaddako, z'agwa ku lw'azi, naye zino zayingilako katono mutakka okutuusa emilandila lwejatuka kumayinja ag'olwazi, zino zamela mangu nnyo naye nga tezisimbye milandila mutakka.

Omusanna bwe gw'ayaka, zatandikilawo okuwotokereela, era ne zikala, era nazo tezabala kibala kyonna.

Ensigo ez'okusattu z'agwa mu maggwa, era amaggwa negasakatila wamu n'ensigo zaffe, era negazizisa kubanga ensigo zaali tezifuna mpewo oba mazzi gamala, era ne zinno tezabala kibala kyonna.

Sandyagadde kw'ogela nnyo ku takka ely'emirundi essatu, naye Mukama waffe kyeyali ayagala tutegeere ly'etakka eddungi ely'omurundi ogw'okunna.

Ensigo ez'omurundi ogw'okuna, z'agwa ku ttaka eddungi era nezibala ebibala kikuki. Ettaka eddungi gwemutima omulungi.

Nzikiriza nti omutima gw'omuntu asoma ebigambo binno mulungi oba takka dungi, elisanila okugwako ensigo esobole okubala ebibala kikumi n'okusingawo.

"N'oyo eyasigibwa ku takka eddungi, ye oyo awuriila ekigambo n'akitegeera, oyo abala ebibala, omulala abala kikumi, omulaala nkaaga ate omulala makumi assattu." (Mattayo 13:23)

Olinna okumanya nti, waliwo ebintu bibiiri eri omuntu oyo abala ebibala: ekisoka *'awuriila ekigambo'*, eky'okubiiri, *'n'akitegeela.*

Newankubadde nga abantu bano abakikiriila ettaka eddungi nga bonna babala ebibala, naye olina okumanya nti omuwendo gw'ebibala gwebababala gw'anjawulo.

Abamu babala kikumi, abalaala nkaaga ate abalaala makumi assatu, naye nga ensigo esigidwa eba emu.

Ekinsanyusa kili nti, bw'ogatta omuwendo gw'ezo ezibala mubitundutundu, wesanga nti, oli abala ekikumi bombi abasinga, newankubadde nga bo bali babiiri.

Njagala amannyi tugamaliire ku Bantu oba ku takka eribala ensigo ekikumi, era nga ekyo ky'ekisinga okuba ekirungi mu maaso ga Katonda.

Munzivunuula endaala ekwata ku lugeero olwo esangibwa mu Luuka 8:15, Mukama waffe Yesu, yatugamba nti, *"N'ezo ez'omuttaka eddungi, abo bebawuriila ekigambo mu mutima omulongoofu, omulungi, ne bakinyweza, ne babala emmere n'okugumikiriza"*

Mukyawandikibwa ekyo, tulina ebintu bibiiri byetulaba, ku muntu ayagala okufunna ekisinga oburungi: ekisooka alina okubeera n'omutima omulongoofu era omulungi.

Omutima omulongoofu; gwe mutima ogw'amazima, ogutakweka kibi, bw'oba nga onabeera n'omutima omulongoofu, olina okubeera nga olimuguffu era nga oli wa mazima mu byonna.

Eky'okubiiri, kigamba nti bawurila ekigambo, era nebakinyweza oba ne bakikwata, ne bakyekuuma n'okugumikiriza olwo ne balyoka babala emmere nyingi.

Okugumikiriza ky'ekimu ku bintu byetulina okuba nabyo bwetuba tunafuna ebirungi okuva eri Katonda.

Naye ebyo byonna bikorebwa okuyita mu kukiriza era nga obuwanguzi bwaffe kwebwesigamye.

Naye era ekibuuzo kisigala nti, gwe oyagala kubala mmere oba bibala byenkanawa? Kikumi? Nkaaga? Oba assattu? Oyagala kufunna kisinga burungi oba nedda?

Naye olina okumanya nti, omuwendo gw'ebibala gw'olina okubala gusinziila ku mutima gwo.

Naye ekisalawo ky'ogenda okuba y'engeeri gy'okolamu ebintu nga Mukama akulagidde okukola ekintu kyonna.

Mu Luuka 8:15 tulabye ebintu bisattu ebilinna okukorebwa omuntu anawangula mu Katonda.

Ekisooka okuwurila ekigambo kya Katonda. Eky'okubiiri, okunyweza oba okw'ekuuma ekyo ky'oba owuridde Eky'okusattu, okugumikiriza nga okola ekyo ekikulagiddwa.

Njagala okimannye nti, Katonda ayagala obeere omwesimbu, omwenkanya, omugumikiriza olwo olyoke osobole okubala ebibala ebingi.

Essuula 2

OBUGABIRIZZI BWA KATONDA

Naye nga sinagenda kunonno ey'omunaana ey'obuwanguzi, njagala tulabe ebyawandikibwa bibiiri eby'ogela kubuwanguzi oba kukubala ebibala.

Era singa omanya ensonga zinno obulungi ekyo kikuyamba okufuna okukiriza okukutuusa mukubala ebibala.

Katonda ayagala tweyongereyongereko

Amazima g'olina okusooka okumanya gali nti, Katonda ayagala w'eyongereyongere, ekyo tetukipanga bupanzi, naye kwe kwagala kwa Katonda eri obulamu bwaffe.

Tekitandise kati, naye ky'avila ddala ku kutondebwa kw'ensi. Era y'ensonga eyatonza omuntu okusinziila ku Lubereberye 1:27–28,

Katonda n'atonda omuntu mukifananyi kye, omusajja n'omukazi mweyabatondeera. Era Katonda n'abawa omukisa, era Katonda n'ayogera nti, 'mwalenga, mweyongerenga mujuze ensi, mufugenga ebyenyanja ebiri munyanja n'ebinyonyi ebiri mubanga, era mufugenga byonna ebitambula kunsi.

Waliwo ebintu bitaano Katonda by'ayagala omuntu okukola era nga by'ebino:

1. Okwaala.
2. Okweyongeera.
3. Okujuzza ensi.
4. Okujemuruula.
5. Okufugga.

Ebyo Katonda bye yatondeera omuntu, era ebigendererwa

bya Katonda ebyo tebikyukanga, byaliwo, webili era bijja kubaawo emirembe gyona.

Kiyinzika okuba nga birudewo okutukirizibwa, naye Katonda tagenda kuweela okutuusa nga byonna bimaze okutukirizibwa kimu kimu.

Mundagaano empya tulaba nga, ebigendererwa ebyo bizibwa bugya okuyita mu Kristo Yesu. Yensonga lwaki muganda waffe Omutume Pawulo, yatusabila esaala mu Bakolosaayi 1: 9–12.

Essaala eyo egamba bw'eti, '*olw'ensonga eno, okuva lwe twabawurilako, teturekangayo kubasabila bulijjo Katonda abawe okumanya n'okutegeera.*

Era tubasabila mutamburirenga mu bulamu obusanila, nga mubalanga ebibala ebirungi, kulwa buli murimu omurungi, nga tukula mu kumanya Katonda.

Era nga tuzibwamu amannyi olw'ekitibwa kye, musobole okugumikiriza, wamu n'emirembe, nga twebaza Katonda kitaffe, eyatusobozesa okufuna obusikka mu bwakabaka obw'omusana.

Pawulo kyeyali agezaako okwebaliza Katonda kyali nti, abantu be Kolosayi bali nga bajudde amagezi ag'okwagala kwa Katonda.

Ekiddako Pawulo ayongela n'asaba nti, 'babeere mu bulamu obusanyusa Katonda, mu buli ngeri yonna. Era amaliriza nga asaba nti babalenga ebibala mu buli murimu omulungi, era yayongerako nti, banywezebwanga mu maanyi ga Katonda.

Ekyo kituvilamu okugumikirizza, ate nga okugumikiriza ky'ekimu ku bigambo eby'amannyi ebisangibwa mu lugeero lw'omusizi.

Pawulo afundikila agamba nti, eyatusanyiza okugabana ku busikka obw'obwakabaka obw'omusana.

Ekitegeeza nti Katonda yatuwa obugabiriza obwetagisa okuyingila mu busikka bunno obw'omusana.

Kino ky'oreka nti, okwagala kwa Katonda, kuli mu kigambo kya Katonda, ekigamba nti – mwalemga, mweyongereyongere nga kulwa buli mulimu omulungi.

Kituffu tutegedde okwagala kwa Katonda gyetuli, naye naffe kitukakatako okwetegekera okukola emirimu emirungi.

Eyo yensonga lwaki Peteero atugamba nti, 'amannyi ge ag'Omwoyo gatuwadde buli kyetwetaaga mu bulamu, okuyita mukumumanya oyo eyatuyita ow'ekitibwa kye.

Era okuyita mwebyo, yatuwa ebisubizo nga okuyita mubyo, tuwona obugwagwa bw'ensi eno oburetebwa okwegomba okubi.' (2 Peteero 1:3–4)

Olunyiriiri olw'okusatu lutandika n'ekigambo ekigamba nti, *'amannyi ge ag'Omwoyo',* amannyi ga Katonda amangi, agatasingika, gegatuwa byonna byetwagala.

Njagala okukikatiriiza nti, Katonda y'atuwa byonna bye twetaaga mu bulamu ku lw'obulungi, okuyita mw'oyo eyatuyitta oba eyatutonda.

Olina okumanya nti, obugabirizi bwaffe buli mu bisubizo bya Katonda. Naye omuntu omu ayinza okugamba nti, bwekiba nti Katonda yatuwa byonna, biliruddawa ebyo byeyatuwa?

Eky'okudamu kili nti, bisangibwa mu bisubizo by'ekigambo kya Katonda. Bw'otamburila mu bisubizo ebyo olwo nga ofuna obugabirizi bw'oyagala.

Buli lwetutamburila mu bisubizo bya Katonda olwo tubeera tumufanana emballaye, era emballaye eyingila muffe.

Naye gwe owuriila otya singa obeera nga oyambaziddwa emballa ya Katonda? Kibeela kirungi kubanga emballa ya Katonda y'etutaasa obugwenyuffu bw'ensi eno.

Njagala okimanye nti gwe nange byetwagala byonna by'atuwebwa dda, naye okubifuna olina kukola ekyo ekisubizo oba ekyawandikibwa kyekyogeera.

Enono ey'omunaana, esiila erisa ku bintu bisattu: ekisooka - byawandikibwa, eky'okubiiri – obumanyirivu, eky'okusattu – byendabye oba byenjize kubantu abalala.

Katonda ampadde omukisa okusisinkana oba okukolagana n'abantu abenjawulo, amawanga ag'enjawulo, ne langi ez'enjawulo.

Naye munkolagana yange nabo, ngezezako okugerageranya abantu abali mu bulamu obulungi – abafunnye ekikumi:

Era ngezezaako okulaba wamu n'okwebuuza ekyabavilako okuwangula oba okugagawala, era binno byenkugamba mbilabye nga bikorela ddala burungi.

Essuula 3

OYAGALA OKUFUNA EKIRUNGI EKISINGA?

Bw'oba nga onafunna ekisinga okuba ekirungi mu Katonda, ekisokela ddala gwe kenyini olina okubeera nga okyagala.

Tolina kukiriza kintu oba muntu yenna kukubuzabuza, oba kukuremesa kukwata kw'ekyo ky'oyagala, gwe kenyini gwe olina okukiremelako.

Katonda takukakka kufuna kintu kinno ekirungi, naye obuvunanyizibwa busigala gy'oli bw'oba okyagaala kiremereko era toganya muntu yenna kukuremsa.

Kunsonga enno njagala tulabe olugeero lw'aboluganda ababiiri, Esawu ne Yakobo: Katonda yenyini alina ebigambo byeyabogelako bombi:

Mu Malaki 1:2-3, Mukama Katonda yayogera ku Isirayiri nga be baana ba Yakobo n'agamba nti,

"Nnabaagala, bw'ayogera Mukama, era naye mwogera nti watwagaala otya? Esawu teyali muganda wa Yakobo? Bwayogera Mukama, era naye nnamwagala Yakobo.

Naye Esawu namukyaawa, nenfuula ensozi ze okubeera amatongo, nempa obusikka bwe ebibe eby'omuddungu."

Naye njagala ojukire nti Yakobo ne Esawu baali balongo, naye Mukama atugambye nti, yayagala Yakobo ate Esaawu n'amukyaawa.

Katonda yakolagana n'abantu bano mungeeri yanjawulo: omu yali amwagaala nnyo ate nga omulala amukyaawa.

Omutume Pawulo ayogera bwati kub'oluganda banno,

n'atugamba nti, *"Ssikyekyo kyoka, naye n'abaana ba Rebekka, balina kitabwe omu Isaaka.*

Naye abaana bano abalongo nga tebanazalibwa, era nga tebanamanya ekirungi oba ekibi, okulonda kwa Katonda kwalabisibwa.

Ekyo tekyabaawo lwa bikolwa, wabula olw'oyo ayitta, nti omukulu alibeera muddu wa mutto. Nga bwekyawandikibwa nti, Yakobo namwagaala ate Esaawu nemukyaawa." (Abaruumi 9:10-13)

Njagala okitegeere nti, Yakobo ne Esaawu balina taata ne maama omu, sikyekyo kyoka, naye baali balongo, naye Katonda yasiimako omu nga tebanaba nakuzalibwa.

Gwe olowooza kiki Katonda kyeyalaba mu Yakobo nekimusanyusa, era kiki kyeyalaba mu Esaawu ekitamusanyusa? Oba okukiteka mubufunze lwaki Katonda ayagala Yakobo ate n'akyaawa Esaawu?

Kangezeko okulamburuura emballa yabwe bombi, nga ntandikila ku Esaawu:

Esaawu yali mussajja mulungi, nga alina amannyi, yali muyizzi, era talina muntu gweyatuusako bulabe, ne kitaawe yamwagaalanga nnyo.

Ate Yakobo yali musajja mugezi, muyiiya, mumaririivu, era yali mwegendereza. Ono yali takuvilako awo, jukila nti yatwaala omukisa ogw'obukulu okugujja kumuganda we Esaawu nga amuwamu ekitole ky'omugoyo.

Kitaawe bweyali ayagala okugabila mutabani we omukisa ogusembayo, Yakobo y'efuula-fuula, nayambala edibba ly'embuzi okwefuula Esaawu alina obwoya ku mubiiri, er kitaawe n'amusabila omukisa.

Ekyo kyaletaawo enjawukanna, Yakobo nadukila ewa Labanni kojjawe. Eyo yatandika okukola era yamaliriiza ekisibo kya Labanni akikunyuddeko ettundutundu elisinga obunenne nga alitutte.

Singa obeela obuziiza abantu ab'enjawulo, tewali ayinza kulondawo Yakobo olw'emballa ye embi, naye ate oyo Katonda gweyalondawo era gweyayagala.

Olowooza lwaki Katonda yayagala Yakobo? Eky'okudamu kili nti, Yakobo yakiriza era n'asiima Katonda olw'ekyo ky'ali, era nga akyenyumilirizaamu, ate yakozesanga buli ky'alina kyonna okufuna obuwanguzi oba omukisa.

Muganda waffe Esaawu yatunuliranga Bantu okumuworereza, era yamalibwangawo n'embeera entonno ennyo nga enjaala eyamutunza obusikka.

Ssikyekyo kyoka, naye yali mukambwe, mukaawu era nga mwenzi mulungi, mukiffo ky'okukola Katonda kyamusubilamu, yaddanga mu mazigga.

Ate bwetusoma Olubereberye 25:34, kitugamba nti, "Esaawu yanyooma obusikka bwe", buli lw'onyooma Katonda ky'akuwadde obeela onyoomye Katonda yenyini, ekitegeeza nti obeela oyononye.

Esaawu yali mulagajavu, mugayaavu, munaffu, era nga tasobola kukuuma oba kukozesa ekyo ekiba kimuwereddwa.

Nga bwetwogedde waggulu, Yakobo yali tazanyisa mukisa era bweyazulanga nti gwe ogulina nga akola kyona ekisoboka okugufunna, era naffe bwetulina okukola nga abaana ba Katonda.

Omusajja Yakobo yameganna ne Malayika wa Mukama okukeesa obudde, nga ayagala kintu kimu mukisa, era sebo yagufunna. (Olubereberye 32:24–28)

Singa wali gwe, nga gwe olabye Malayika wa Mukama, wandiwumbye mikono nga bw'ogamba nti, Mukama bwanayagala anampa omukisa, naye Yakobo teyalinda.

Elinnya Yakobo litegeeza omulwanyi, era yalwanna ne Katonda, naye ebyo byonna yabikolanga nga ayagala okufuna ekisinga okubeera ekirungi.

Yakobo teyawumulanga okutuusa nga amaze okufunna ky'ayagaala 'ekisinga oburungi'

Naawe, ofanaana nga Yakobo, towumula oba totereela okutuusa nga omaze okufunna ky'oyagala?

Oba olimugayaavu, mulagajavu, lugojamye oba namunafu, alinda Mukama waliyagalira akuwe buli kantu konna koyagala mubulamu bw'ensi eno?

Essuula 4

TUTUNURIIRE YESU KRISTO

Waliwo engeeri ey'okubiiri ey'okufunamu ekisinga oburungi mu Katonda, nga kwe kutunuriila Yesu Kristo.

Eyo yensonga lwaki Bebulaniya essuula 12 etugamba nti, *"Bwetulina olufulube lw'abajurilwa, twamburenga buli ekizitowa kyonna eky'ekibi, tudukenga n'okugumikiriza.*

Tutunuriirenga Yesu Kristo omutandissi era omumaliriiza w'okukiriza kwaffe, eyagumikiriza n'essanyu nga anyooma omusalaba, atudde kumukono ogwa ddyo ogwa Katonda. (Bebulaniya 12:1–2)

Waliwo ebintu omuwandissi wa Bebulaniya by'ayogedekko waggulu nga bikulu nnyo:

1. Twetoloddwa olufulube lw'abajurilwa: wanno yali ajuliza Bebulaniya esuula 11, webayogerela ku Bantu abaali banagwanno mu Katonda.
2. Ekiddakko kigamba nti, tulina okwenyigila mu kudukka: era nga bwetubeera bakuwangula, tulina okusuula byonna ebizitowa. Omuddusi omulungi, tabeera nakintu kyona kizitowa kumubiri gwe, ekitali kyamugaso nga ali mukudduka. Kati mumbeela yaffe nga ekanisa eli mukudduka, ekizitowa ekyo ky'ekibi kyetulina okwewala.
3. Tulina okuddukka n'okugumikiriza: naye bwe tudayoko emabega kuttaka n'ensigo; enonno essatu ezireteera ettaka okubala ebibala ebirungi, twazilabye nga ze zinno: okuwuriila ekigambo, okunyweza ekigambo wamu n'okugumikiriza.

Nga tumaze okulaba emisingi egyo egy'obuwanguzi, omuwandiisi wa Bebulaniya atutuusa kunsonga egamba nti, *"Tutunuriirenga Yesu Kristo omutandissi era omumaliriiza w'okukiriza kwaffe"*

Kinno ky'ekisumuruzo eky'obuwanguzi: okutunurila Yesu Kristo, era netumukumilakko amaaso gaffe, kubanga yemutandissi era omumaliriiza w'okukiriza kwaffe.

Yemutandissi ate y'amaliriiza oba y'atukiriza okukiriza kwaffe. Bwetuba nga tumanyi nti, yeyatandika, kitugwanidde okumutunuriila kubanga ye yekka yasobola okutukiriza ebyo bye tukiriza.

Sikyamagezi okutandika nga otunuriila Yesu, ate wakati mulugendo, newabaawo ebikuwugula n'otunula awalala, era bwetukikola, okukiriza kwaffe tekuyinza kutukirizibwa oba kuzaala bibala birungi.

Nga tukwanaganya ensonga eno, njagala nkulage ebintu oba amazima gamirundi enna ag'oreka lwaki tulina okusigala nga tutunuriila Yesu.

Yesu ye Mukama waffe:

Okuyingila obulokozi, kikugwanila okumala okwatula Yesu Kristo, nga omulokozi era Mukama w'obulamu bwo. Bw'aba nga ye Mukama waffe, ekyo kitegeeza nti, ekigendererwa kyaffe ekisooka tulina okumusanyusa; ekyo kye kitegeeza okumuyita 'Mukama waffe'. Era tulina okumutunurila okulaba nga buli kyetukola kimusanyusa, era bwewaberawo ekintu kyona, ky'olowooza nga tekimusanyusa, ekyo oba olina okukireka.

Yesu gwe mutindo gwaffe

Yesu Kristo gwemutindo gwaffe ogw'obutukirivu. *"Katonda atesetesse olunaku olw'okusalira ensi omusango mubutukirivu, okuyita mumuntu gweyatuma, era gweyazukiza okuva mubaffu.*(Ebikolwa bya batuume 17:31)

Omuntu ono agenda okusaliira ensi omusango ye Yesu, eyazukila mubaffu, Katonda agenda kusalira ensi omusango mubuttukirivu nga ayitta mu muntu.

Ekyo kitutegeeza ebintu bibiiri: ekisooka, Yesu mulamuzi, eky'okubiiri- Yesu gwe mutindo gw'obuttukirivu bwaffe, era ffena tugenda kulamulwa kusinziila ku Yesu.

Bw'oba oyagala okufuna obuttukirivu mu Katonda, olina kutunuriila Yesu Kristo buli lunaku, abantu bangi batunuriila bantu, nebamaririiza nga babayiye.

Yesu ky'ekyokulabilako kyaffe:

"Ku kinno mwemwayitirwa, kubanga Kristo yabonyabonyezebwa, n'aturekela eky'okulabilako tumugobererenga. (1 Peteero 2:21)

Yesu ky'ekyokulabilako kyaffe, yatukurembeera, era nga tulina okumugoberera oba okukola obulungi nga ye

bweyakola.

Naye tosobola kugobereera muntu okujako nga omutadekko amaaso oba nga omutunuridde.

Yesu, gwe mutima gw'enjiiri

Enjiiri yonna yetororeela ku Yesu wamu n'ekyo kyeyatukorela, okusinziila ku bigambo bya Pawuulo ebiiri mu Bakolinso.

"Ekyo kyenafuna nange kyembawa, nti Yesu yaffa ku lw'ebibi byaffe, okusinziila kubyawandikibwa. Era yazikibwa, n'azukizibwa ku lunaku olw'okusattu" (I Bakolinso 15:3–4)

Ekyo kitulaga nti, enjiiri yonna elina kwetororeela ku Yesu eyaffa, eyazikibwa era oluvanyuma n'azukiila.

Nga ababuliizi b'enjiiri oba abakiriza, buli lwe twogeela, ku kuffa, okuzikibwa wamu n'okuzukila kwa Mukama waffe Yesu, ekyo kiba kitegeeza nti tumutunuridde.

Essuula 5

OKUFUMITIRIIZA KU KIGAMBO KYA KATONDA

Ekintu ekilaala ky'olina okumanya bw'oba onafuna ekisinga okubeera ekirungi mu Katonda, olina okufumitiriza ku kigambo kya Katonda.

Olinna okuliisa, okutotobaza wamu n'okujuzza omutima gwo n'ekigambo kya Katonda. Njagala olabe ekilagilo Katonda kye yawa Yoswa, nga amutekateeka okukurembela abantu be Isirayiri.

" Ekitabo kinno ekyamateeka tekivanga mu kamwa ko, naye onokiloworezangamu emisana n'ekilo,olyoke wekuumenga okukola nga byonna bwebiri ebiwandikidwamu, kubanga bw'otyo bw'onoterezanga ekubo lyo, era bw'onowebwanga omukisa bw'otyo. (Yoswa 1:8)

Akatundu akasembayo kagamba nti, kubanga bw'otyo bw'onoterezanga ekubo lyo, era bw'onowebwanga omukisa.

Buli lw'ogamba nti gundi, alina omukisa obeera otegeeza nti, afunnye ekisinga okubeera ekirungi.

Katonda yagamba Yoswa nti bwaba ayagala obuwanguzi oba okufuna ekisembayo okubeera ekirungi, alina okugondera ebilagilo bino ebisattu:

1. Ekitabo ekyamateeka tekivanga mu kamwa ko.|
2. Kiloworezengamu emisana n'ekiro
3. Wekuumenga okukola nga byonna bwebiri ebiwandikidwamu.

Nze nkifunza bwenti: bw'oba oyagala okufuna omukisa, bino by'olina okukola, 'lowooza ekigambo kya Katonda, yogeela ekigambo kya Katonda, era kola ekigambo kya Katonda.

Lwaki olina kusooka kulowooza? Tosobola kw'ogela kintu ky'otalowozezaako oba ky'otomanyi. Era bw'oremwa okulowooza oba tojja kw'ogela, era bw'otayogeela oba tojja kukola, era bw'otakola tofuna mukisa.

Oyo yali Yoswa, naye kati nze manya ntya nti nange bijja kunkorela? Zabbuli esooka eyogela ebisubizo by'ebimu, wamu n'omukisa gwetufuna nga tubikoze.

"Alina omukisa atatamburiila mukuteesa kw'ababi, newankubadde okuyimiriila mu kubo ly'abo abalina ebiibi, newankubadde okutuula kuntebe y'abo abanyooma.

Naye amateeka ga Mukama ge gamusanyusa, era mu mateeka mwaloworeeza emisana n'ekiro.

Naye alifanaana nga omutti ogw'asimbibwa okumpi n'ensulo ezamazzi, ogubala emmere yagwo mu ntuuko yaazo, era amalagala gagwao tegawotoka, nabuli ky'akola akiwelwako omukisa. (Zabbuli 1:2-3)

Akatundu akasembayo mu lunyiriiri olw'okusattu kagamba nti, nabuli ky'akola akiwelwako omukisa; ekyo kitegeeza nti omuntu oyo afunnye ekisinga okubeera ekirungi.

Okufuna ekirungi fenna tukyagaala, naye jukila nti waliwo obukwakulizo obusattu bwetulina okusooka okukolako.

1. Tolina kutamburila mu kuteesa kw'ababi.
2. Tolina kuyimirila mu kubo ly'abo abakina ebiibi.
3. Tolina kutuula ku ntebe y'abo abanyooma.

Bw'omala okukola ebyo waggulu, olwo n'olyoka ozakko obukwakurizo bubiiri obukuvilamu omukisa oba obuwanguzi:

i) Essanyu lyo lilina kubeera mu mateeka ga Mukama.
ii) Mu mateeka mw'olina okuloworeeza emisana n'ekiro.

Obukwakurizo bunno bw'ombi, bw'ogeera ku kigambo kya Mukama.

Okuloworeeza mu kigambo kya Katonda, tekitegeeza kusoma baibuli mu dakikka kumi, naye kitegeeza nti, olina okutwaala obudde obuwela nga osoma baibuli, ate bw'omala okusoma, n'olyoka olowooza kw'ebyo by'osomye emisana n'ekiro kyonna.

Buli lw'okola bw'otyo ebirowoozo byo bijja kubeera birungi, ate nga naawe okimanyi nti, ky'orowoozako ekyo kw'osinziila okukola okusalawo okukola ekintu.

Omuntu ky'alowoozako, ky'ekisalawo kiki ky'alina okubeera oba okukola mu bulamu bwe, mu makkage, ku murimu gwe oba mubuwereza bwe.

Bw'olowooza oburungi, ojja kukola burungi, bw'orowooza obubi, kitegeeza nti ojja kukola bubi.

Mu Isaaya Mukama atugamba nti, ebirowooza byaffe, sibye bilowooza bya Mukama, era nti amakubo gaffe, sigemakubo ga Mukama. (Isaaya 55:8–11)

Mukama bw'aba nga alina kyanakola, atandika nabilowooza; ky'ekimu n'omuntu bw'aba nga alina ky'anakola, naye atandika na bilowoozo.

Naye tutandika tutya okulowooza ebirowoozo bya Katonda? Tutandikila mu kigambo kye.

Kubanga atugamba nti, ekigambo kyange tekiridda gy'endi nga kyereere oba nga tekikoze ekyo kyenakitumila.

"Bwekityo bwe kinabanga ekigambo kyange, ekiva mu kamwa kange, tekiridda gyendi nga kyereere, naye kirikola ekyo kyenjagala, era kililaba omukisa mw'ekyo kyenakitumila" (Isaaya 55:11)

Buli lw'orowoozza ku kigamb kya Katonda, kitandika okureeta esuubi awatali suubi, kikyusa amakubo gaffe, ebikolwa byaffe, eneyissa zaffe, wamu n'endowooza zaffe era obulamu bwaffe bwonna bukyusibwa.

Ebirowoozo byaffe eby'omubiiri bifananna nga oluzzi omutali mazzi, oba nga ekibila ekijudde amaggwa, ekitegeeza nti bibeera tebiyamba, naye bweturoworeza ku kigambo kya Katonda, ebintu bikyuka.

Essuula 6

ENKOLAGANA N'OMWOYO OMUTUKUVU

Ekintu eky'okuna ky'olina okukola bw'oba nga oyagala okufunna ekisinga oburungi mu Katonda kwe kukola omukwano ku Mwoyo Omuttukuvu.

Abantu abasinga bakiriza Katonda kitaffe, Katonda omwana, naye bwebituuka ku Katonda Omwoyo Omuttukuvu, awo negujabagila anti tebakikiriza.

Omwoyo Omuttukuvu alabikila mukifananyi ky'ejjiba, naye ejjuba ky'ekinyonyi ekisinga okutya singa obeela nga olikanze, ky'ekimu n'Omwoyo Omuttukuvu.

Omwoyo Omuttukuvu, ye simutittiizi, naye akyaawa ekibi, era awali ekibi ye tabelawo, adukawo mangu.

Mubyawandikibwa ebiddako, Mukama waffe Yesu yalaga abayigirizwa be omugaso wamu n'obukulu bw' Omwoyo Omuttukuvu.

"Nkyalina bingi eby'okubaburiila, naye temuyinza kubigumikiriza kaakano. Naye bw'alijja Omwoyo ow'amazima, anabalungaamyanga mu mazima gonna:

Kubanga tayogerenga ku bubwe yekka, naye byonna byanawuliranga byanayogeranga, ye anababurilanga ebigenda okugya.

Oyo anangurumizanga nze, kubanga anatolanga ku byange n'ababuriila mwe. Byonna byonna kitange byalina byange, kyenvudde ngaamba nti anatolanga ku byange n'ababuriila mwe. (Yokaana16:12–15)

Yesu atugamba nti bw'alijja Omwoyo Omuttukuvu: kino

kitegeeza nti, ajja buzzi tabeela awo; naye bwajja akuretela amawuriire amarungi okuva muggulu.

Bw'ajja aturungaamya, era atuwa kuby'obugagga bya Katonda ebiiri mu Kristo Yesu. Naye bw'oba nga tomulinako mukwano, osigala nga olimwana wa bwakabaka naye nga olinga mombozze, kubanga ebisubizo bya Katonda tebisobola kutukiriila gy'ori.

"Nange ndisaba kitange, naye alibawa Omubeezi omulaala, abereenga namwe emirembe n'emirembe. Omwoyo ow'amazima, ensi gw'eteyinza kukiriza, kubanga temulaba, so temutegeera, mwe mumutegeera kubanga abeera gye muli, era anabanga mumwe.Siribareka bamurekwa, nkomawo gyemuri. (Yokaana 14:16-18)

Ekimu ku bintu by'olina okumanya kili nti, Yesu ajja gyetuli okuyitta mu Mwoyo Omuttukuvu, era bwetutabeela naye tubeela bamurekwa.

Era akaboneero akakasa nti tuli baana ba Katonda kwe kubera n'omwoyo Omuttukuvu. *"Kubanga abo bonna abakurembeerwa Omwoyo wa Katonda abo be baana ba Katonda."* (Abaruumi 8:14)

Bw'oba nga oli mwana wa Katonda, otekeddwa okubeera n'enkolagana n'Omwoyo Omuttukuvu, naye bweba nga enkolagana eyo teriiwo, ako ke kaboneero akalaga nti, toli wuwe.

"Temusunguwazanga Omwoyo Omuttukuvu, eyabatekebwa nga akaboneero ak'okununuribwa kwamwe. (Abefeeso 4:30)

N'olwekyo bwe kiba nti, Omwoyo Omuttukuvu ke kaboneero akatwawula ku bantu abalaala, era akakakassa okunulibwa kwaffe mu Kristo, buli mukiriza atekeddwa okubeera naye.

Essuula 7

OKUWURILA N'OKUGONDA

Tutuuse kunsonga ey'okutaano egamba nti, bw'oba oyagala okufunna ebisinga oburungi, olina okubeera nga owurila era nga ogondeela eddoboozi lya Katonda.

Obuwanguzi bwaffe, oba enkolagana yaffe ne Katonda enywezebwa okusinziila kungeeri gyetuwurila wamu n'okugondeela eddoboozi lya Katonda.

"Bw'ononyikilanga okuwurila eddobozi lya Mukama Katonda wo, era n'okola ebirungi mu maaso ge, n'owurilaanga amateekage, newekuumanga ebilagilo bye, Mukama talikuretako ndwadde nga zeyareeta ku Bamisiri, kubanga nze Mukama akuwonya. (Okuva 15:26)

Buli lw'owuriila era n'ogondeera eddoboozi lya Katonda, endwadde, zikubeera wala, era bwezijja, Mukama kenyini nga akuwonnya, ekitegeeza nti abeela musawo gyoli.

"Awo olunatukanga, bw'ononyikilanga okuwurila eddoboozi lya Mukama Katonda wo, okukwata ebilagilo bye byonna, byenkulagila leero, okubikolanga, Mukama

Katonda wo anakugurumizanga okusinga amawanga gonna agali kunsi.

N'emikisa ginno gyonna ginakujilanga, ginakutukangako, bw'onowurilanga edoboozi lya Mukama Katonda wo. (Ekyamateeka 28:1–2)

Musa atugamba nti, essila tulina kulissa kubintu bibiiri, okuwurila, n'okugondeera eddoboozi lya Mukama Katonda, olwo emikisa gyona giryoke gitubeko.

Bw'obeera nga owurila eddoboozo lya Katonda era n'oligondeera, tononnya mikisa, naye emikisa gyegikunoonya.

Naye mu lunyiriiri 15-68, tulaba nga ebintu bikyuka, nebibeera bibi singa tubeera tetuwuridde oba nga tetugondedde ddoboozi lya Katonda.

Ekituvilamu ebikolimo, ebisilaani, ebippali, ebilwadde, obwavu, okuffa, okuremererwa, okukorela obwereere, obugumba, entalo, n'ebilala nga ebyo.

Bw'oba oli mwana wa Katonda, ekimu ku bintu ebikwawula kubantu abalala, yengeeri gy'owurila wamu n'okugondera eddoboozi lya Katonda. (Yeremiya 7:22–23)

Kino tekikyuka ne mundagaano empya, kubanga Mukama waffe Yesu atugamba nti, *"Endiga zange ziwurila eddoboozi lyange, zimanyi era bwenziyita zigoberela"* (Yokaana 10:27)

Abantu abagamba nti bamanyi Katonda oba bagaala Yesu, bawurila eddoboozi lye, olwo nebagobereela: abawurila eddoboozi nebatagoberela abo tebabeela Bantu be.

Tandika okubeera omuwurize

Okugondera Katonda kitegeeza nti olimwetefu okubako kyewerekereza, eky'okulabilako: Katonda bweyayita Ibulayimu okuva munsi ya Palani agende mu Kanaani, yagonda, n'aleka bazaddebe, mikwano gye, wamu n'obugagga bwe mu Palani. (Olubereberye 12)

Eky'okubiiri: Katonda bweyamulagila okuwaayo omwana we Isaaka nga saddaka, yagonda era nekimubarirwa okuba obuttukirivu. (Olubereberye 22:2–3)

Katonda bweyalagila Ibulayimu okuva mu Palani, era bweyamulagila okuwaayo omwana we, amangu ddala yakorewo, teyalinda, teyebuuza, era olina okumanya nti abakiriza Katonda bonna bwebawurila bakorelawo.

Buli lw'olwaawo oba n'otunula eno oba eri, wesanga nga oremeddwa oba nga offuuse empagi ey'omunnyo nga muka Lutti. (Luuka 17:32)

Wetegeke okubeera nga omusiru

Bw'oba nga onowurila era ogondere ekyo Mukama ky'akugamba otekeddwa okubeera nga omusirusiru. (1 Bakolinso 1:25)

Buli lw'otya abantu okukuyita omusiru, olwo oba osubiddwa okulaba Katonda oba okufunna omukisa, oba obuwanguzi okuva eri Katonda.

"Omuntu yenna tabalimbanga, omuntu yenna bw'abeera omugezi mumirembe ginno, abereenga nga omusirusiru alyoke afuuke omugezi. (1 Bakolinso 3:18)

Okufuuka omugezi, olina kutandika nga olinga omusiru, olwo oluvanyuma n'omaririiza nga olimugezi. Eky'okulabilako: Katonda bweyalagila Nuuwa okuzimba elyatto, okuwona amataba, abantu abamulaba nga azimba elyato, wamu n'abo beyagambako nti, amataba gaali gajja, bamuyita musiru oba mulalu.

Naye bagenda okujukila nti, Nuuwa yabalabula, nga olwo amazzi gamaze okwanjaala kunsi, era nga tebalina kya kukola, bazikiriila naye Nuuwa gwebayita omusiru yawona oba yatasibwa ye nenyumba ye yonna.

Ekilaala: Nnabi Elisa yalagila Nayamani omugenge agende yenyike mu Yorudani emirundi musanvu, asobole okuwonyezebwa.

Abamulaba nga yenyika omurundi ogusooka, ogw'okubiiri n'okutuuka ku gw'omusanvu bamuyita musiru, naye bweyenyika ogw'omusanvu, nava mu mazzi nga awonyezeddwa, olwo nebalyoka bamanya nti, kituufu Katonda alina amannyi. (2 Basekabak 5)

Nze lumu kyantukaako nga mburiila enjiiri mu buvanjuba bwa Africa: nagenda nempita abantu okusabilwa nga maze okuburila, era newabaawo omukyala omuzibe eyali aleteddwa mu lukungaana.

Naburila enaku musanvu, era nga buli lunaku mpita ab'okusabila, omukyala oyo naye n'ayimuka, enakku mukaaga, nasaba naye nga tawonna.

Naye kulunaku olw'omusanvu, era nempita abantu okubasabila, naye nebamureta, nange n'ekakaba nensaba, naye ekyanewunyisa kwekulaba nga amaaso g'omukazi nga gazibuse era nga galaba.

Olwo bonna abaliwo nebarekanila waggulu, olw'ekyamageero ekyo, Mukama ky'akoze. Singa natya okuswaala kulunaku olwo, nendagila bamuzeyo emabega, omukyala oyo teyandiwonye. Naye bwenagumila ekiswaalo, Katonda yayoresa amaannyi ge.

Essuula 8

EBIGEZO BIBIIRI EBY'OKUWURILA

Eky'omukaaga kilinti, nga onafunna ekirungi, olina okubeera omwegendereza engeeri gy'owurila eddobozi lya Katonda.

Essomo lyaffe lino likwatagana n'elyo lyetuvudeko waggulu, naye waliwo enjawulo: kubanga wetuvudde waggulu tukizudde nti kyamugaso okuwurila eddoboozi lya

Katonda, naye ate wano tugenda kwekenenya engeeri gyetuwurila eddoboozi lya Katonda.

Ky'owurila

"Buli alina amattu ag'okuwuliira awurire. N'abagamba nti mwekuume kyemuwurila, mu kigeera mwemugerela namwe mwemurigererwa, era mulyongelwako. Kubanga alina aliweebwa, n'atalina aligibwako n'ekyo kyalinakyo" (Makko 4:23-25)

Abantu bangi balina amatu ag'okunguru agawurila ebyebweru naye nga tebawurila kuva eri Katonda, okuwurila okuva eri Katonda nalyo ddaala omuntu ly'atukako nga agenda akula mulugendo lwaffe olw'obulokozi.

Waliwo ebintu bisattu Mukama waffe by'atuyigiriza:

1. Tulina okulaba nga tuwurila okuva eri Katonda.
2. Tulina okufuba okulaba nga kyetuwurila kituuffu.
3. Tulina okulaba nti, akotono kolina tekakujibwako.

Kubanga mubintu bya Katonda, alina ebingi ate yayongerwako, (Makko 4:25)

Waliwo abakiriza bangi bemanyi nga, edda bali bajuziza

amawanika gabwe ag'omwoyo naye nga katti makalu, era nga barekerawo dda okuwurila okuva eri Katonda.

Batandika burungi, naye kati begulawo eri omulabe oba ekibi okuwamba obulamu bwabwe, olina okumanya nti, entiisa ya Katonda bwevaawo mugwe, olwo obeera tokyasobola kuwurila kuva gyali.

Owulira otya?

Mukama waffe Yesu atulabula nti, '….. mwekuume kye muwurila, mu kigeera mwemugerela namwe mwemurigererwa, era mulyongelwako'

Gwe bikki by'owurila, amatugo wagagulawo eri ani? Amattu gaffe nago gafananako n'emimwa, kubanga byombi biyingiza. Omuntu singa akuwadde ekintu ekikaawa, bw'okiteeka mukamwa, tokimila, eyo yensonga yemu singa owurila ebigambo ebivundu tobiyingiza mu maatu go oba tobitwaala.

Olina okwewala ebigambo ebikyaamu, oyinza obutagaana mattugo kuwulira, nkugamba gano agokungulu, naye bw'obiwurila tobitwala, tobilowozaako, era tobitereka mu mutima gwo.

Okukiriza kujja na kuwurila

"Kale okukiriza kuva mukuwurila, n'okuwurila mu kigambo kya Kristo" (Abaruumi 10:17)

Ganno mazima g'olina okumanya nti, okukiriza kujja buzi oluvanyuma lw'okuwurila ekigambo kya Katonda.

Waliwo ekiseera kyenamala nga ndimulwadde muddwaliro, naye abasawo baremwa okumpa eddagala elimponya, okutuusa lwenawurila ekigambo kya

Katonda, ne nzikiriza era olwamala okukiriza nenfuna okuwonyezebwa era nensibulwa okuva muddwaliro.

Gwe nga omuntu omu wetaga okubeera n'okukiriza, era nga okukiriza okwo okufuna okuyita mukuwurila ekigambo kya Katonda.

Nga okukiriza bwekujja okuyita mukuwurila ekigambo kya Katonda, era n'obutakiriza bujja lwakuwurila bigambo by'abantu ebitazimba oba ebyawukana n'ekigambo kya Katonda. (2 Timoseewo 2:16–18)

Bw'oba nga onakuuma okukiriza kwo, olina okwewala ebigambo byonna ebikyaamu oba ebikontana n'okuyigiriza kwa Baibuli.

Bantu bakikaki b'owuririza, b'onyumya nabo, era mwogeera bigambo ki, era byonna bya buttukirivu? Abantu abawemula, abalimba, abavuma, abayomba kiki kye bakwongerako, okujjako okwongera okukukyaamya.

"Temwegattanga nabatakiriza, kubanga temwenkanankana, kubanga obuttukirivu n'obujeemu butabagana butya? Oba omusana gussa gutya ekimu n'ekizikiza?" (2 Bakolinso 6:14)

Eyo ye nsonga lwaki Pawulo yawandikila mutabani we Timeseewo n'amugamba nti, "wewalenga okwegomba okw'obuvubuka, ogobererenga obuttukirivu, okukiriza, okwagaala, emirembe, awamu nabo abamusaba Mukama waffe mu mwoyo omulongoofu" (2 Timeseewo 2:22)

Ekitegeeza nti bw'oberako ebirungi by'ononnya, olina okubinonyeza mubantu oba mubiffo ebirungi oba mubintu ebitakontana na kigambo kya Katonda.

Essuula 9

EBIRINNA OKUSOOKA

Enonno ey'omusanvu gyetulina okumanya nga tunafunna ekisinga oburungi mu Katonda, kwe kutwala eby'obulamu obutagwaawo nga byamuwendo mungi okusinga ebintu ebigwaawo amangu.

"kubanga okubonabona kwaffe okuzitowa, okw'ekiseera ekya kaakano, kwongerayongera nnyo okutukolera ekitibwa ekizitowa eky'emirembe n'emirembe.

Ffe nga tetutunuriila ebilabika wabula ebitalabika, kubanga ebilabika bya kiseera, naye ebitalabika bya mirembe na mirembe." (2 Bakolinso 4:17–18)

Pawulo atulaga ebintu bya mirundi ebiiri: ebilabika n'ebitalabika; era ebilabika by'ebintu by'olabako n'amaaso go era nga osobola okubikwatako.

Naye ebitalabika bibeera bya mwoyo era nga bya mirembe na mirembe.

Pawulo atugambye nti, okubonyabonyezebwa okuwewuka, tekwenkanankana na kitiibwa kyetulina kufunna nga tumaze okwerekereza ebyo ebilabika ebyamangu.

Bw'oba nga oli mwana wa kusikila bwakabaka bwa Katonda, kiriza oba gaana olina okuyitako mu kubonyabonyezebwa okutonotono era nga kwa kaseera.

Bwetujja amaaso gaffe, ku kitiibwa kye tulina okufunna, olwo tugateeka ku bintu eby'omunsi ebigwaawo amangu, era bwetukola bwetutyo, tubeera tuwanguddwa.

Buli lw'otuuka mubuzibu, tewelabilanga okukola ekintu ekirungi, ebizibu tebirina kutwelabiza bulamu butagwaawo, wabula tuliina okukumila amaaso gaffe bitalabika eby'omugulu.

Eyo yensonga lwaki Pawulo ayongera n'atugamba nti, "tutambula lwa kukiriza, sso tetutambula lwa kulaba" (2 Bakolinso 5:7)

Tetulina kumalibwaawo na bintu byansi ebigwaawo amangu, wabula tulina kutambula na kukiriza.

Tulina kuvugibwa, kufugibwa, wamu n'okumalibwawo n'ebintu ebitalabika eby'emirembe n'emirembe.

"Naye ffe ffena bwetumasamasa nga endabirwamu ekitiibwa kya Mukama waffe, amaaso gaffe nga gagiddwako ekibikako, tufananyizibwa engeri eri okuva mu kitiibwa okutuuka mu kitiibwa, ku bw'Omwoyo wa Mukama waffe" (I Bakolinso 3:18)

Tulabila mundabirwamu ebintu bya Katonda okuyita mukigambo kye, nga kitworeka ekitiibwa kyatutegekedde, era nga Omwoyo Omuttukuvu atukolako okutukyusa okuyingila mu kitiibwa ekyo.

Kinno tekitegeeza nti, tolina kufunna bintu oba bya bugagga byansi, olina okubifunna naye tebilina kukumalamu nnyo, kubanga bya kaseera katono.

Eky'okulabilako ye Musa, eyakiriza okwefiriza agatiibwa ge Misiri, asigaze enkolagana ye ne Katonda wamu nebaganda be Abayisirayiri.

"Olw'okukiriza, Musa bweyakula, n'agaana okuyitibwa omwana wa Falaawo. Ng'asinga okwagaala okukorebwa obubi wamu n'abantu ba Katonda, okukila okubanga n'okw'esiima okw'ekibi okugwaawo amangu.

Nga alowooza ekivume kya Kristo okuba obugagga obusinga ebintu bye Misiri, kubanga yekaliriiza empeera eyo

Olw'okukiriza n'aleka Misiri nga tatya busungu bwa kabaka, kubanga yagumikiriza nga alaba oyo atalabika." (Bebulaniya 11:24–27)

Musa yajja amaaso ge kubugagga bwe Misiri, olw'okuba yali alaba oyo atalabika, era yagumikiriza, nayita mukubonabona, naye oluvanyuma yawangula.

Obugagga bulungi naye nga abakiriza tetulina kubumalirako maaso gaffe, amaaso gaffe galina kubeera waggulu nga gatunuridde oyo atalabika.

Mukiffo ky'okunonya obugagga, ffe tulina kunonnya bwakabaka bwa Katonda wamu n'obuttukirivu, olwo obugagga bulyoke butwongerweko.

"Kale temweralikirilanga nga mwogela nti, turilyaki? oba tulyambalaki? Oba tuinnywa ki?

Kubanga ebyo byonna amawanga byeganoonya, kubanga kitamwe ali muggulu amannyi nga mwetaga ebyo byonna.

Naye musooke munoonye obwakabaka bwe n'obuttukirivu bwe, era ebyo byonna mulibyongerwako" (Mattayo 6:31–33)

Essuula 10

KIRIZA KATONDA AKURONDERE

Ekisembayo, nga oyagala okufunna ekisinga oburungi, olina okukiriza oba okugannya Katonda akurondere.

"Omuntu yenna tayinza kuggannya kigambo, wabula nga akiweredwa okuva mu ggulu" (Yokaana 3:27)

Wanno abakiriza ba Yokaana bali bamulopeela, nti Yesu afunnye abagoberezi bangi okumusinga: singa Yokaana yali nga ababulizi baleero ekyo kyandimubobeza omutwe, naye ye sikyeyakola, yadamu n'agamba nti:

Omuntu tayinza kukola kintu okujako nga kimuwereddwa okuva mu ggulu.

Abakiriza abasinga tebagala kuwebwa wabula b'agala kukwakula bukwakuzi, naye olina okumanya nti, ky'okwakudde, tekibeera kikyo mirembe na mirembe.

"Totya gwe ekisibo ekitono kubanga kitamwe asiima okubawa obwakabaka." (Luuka 12:32)

Tolina kulwana kufunna bwakabaka, kubanga Katonda asiima busiimi okubukuwa, kye kimu n'ebintu ebilaala, oyinza okuba nti ofubye nnyo obifunne naye nga bigannyi, ekitegeeza nti amaaso go olina okugajja kwebyo by'ononya ogateeke ku Katonda.

Omuntu alina emballa y'okukwakula, nebwomuwa ekikye, kimurema okutwala, kubanga yamanyiila kukwakula, kunyaga, kukumpanya oba kubulankanya oba kulimba olwo n'alyoka atwaala oba afunna ekintu.

Olina okubuuza Katonda nti, kiki ky'osiima okumpa, ekyo bw'okimanya nga olwo otwala obusikka bwo.

Yensonga lwaki Dawudi atugamba nti, *"Alitulondera obusika bwaffe, okuwooma kwa Yakobo gwe yayagala"* (Zabbuli 47:4)

Katonda talagila Yakobo kugenda kunonya kifo oba kintu kyona nti, akikwakure, naye agamba nti yatulondera, yatutekeratekera obusikka bwaffe, oyinza okuba nga siky'oyagala naye bwebubeera nga bwebusika bwo, ekyo ky'olina okutwaala.

Buli lw'obeera mubusikka bwo, Katonda akulwaniliira, naye bw'oba wakiwamba buwambi, awo gwe olina okwelwanilira, nga Mukam akutuniridde.

Tekyetagisa kulwana, kubanga Mukama asiima okutuwa obusikka, era olina okumanya nti mubusika bwo mwoka mw'ofunila emirembe. (Ekyamateeka 12:9)

Lwaki abakiriza baremwa okutuuka mubusika bwabwe? Eky'okudamu kili nti, tebamuganya kubawa busikka, wabula bagala kukwakula buli ekibasala mu maaso.

Katonda kyakuwa oba ky'agaba ky'ekisinga okubeera ekirungi, era mwosoboreela okufunila emirembe, essanyu wamu n'okw'essiima. (Yokaana 10:29)

Era bw'aba nga Katonda y'akikuwadde buli kaseera olaba nga Katonda mukulu, munenne era nga wa kitiibwa okusinga obugagga bwo wamu n'ebintu byo byonna.

Nga tumaririza, bw'oba nga onofunna ekisinga oburungi mu Katonda olina okugoberela ebintu bino wamanga:

1. Bw'oba oyagala ekirungi, towumula nga tonakifuna.
2. Tunuriila Mukama waffe Yesu Kristo.
3. Loworeza mu kigambo kya Katonda emisana n'ekiro.
4. Kola omukwano ku Mwoyo Omuttukuvu.
5. Wurila ate ogondere eddobozi lya Katonda.
6. Wegendereze by'owurila n'engeeri gy'owurilamu.
7. Amaaso go gateke kubitalabika okusinga ebilabika.
8. Kiriza Katonda akurondere.

EBYAFAAYO BY'OMUWANDIISI:

Derek Prince yazalibwa mu munsi ya India, naye bazadde be baali Bangereeza.

Yasomera mu Etoni ne Cambridge University ebungereza, eyo gyeyakenkukira mu ruriimi Oluyonaani n'olulatini.

Era yakulirako ekibibiina ekyaali kiyigiriiza ebintu ebyedda nga obigerageranyiza ne kakati.

Nga ali sematendekero yayongeera okukenkuka mu ruriimi Olw'ebulaniya n'olulamayika, era ye yongerayo mu sematendekero mu Yerusalemi.

Yalwanako mu sematalo ow'okubiiri, eyono gyeyakenkukila mu kusoma Baibuli, era mu biseera ebyo, yafuna ensisinkano ne Yesu Kristo.

Era oluvanyuma lw'ensisinkano eno; yatandikawo enjogeera egamba nti, Yesu Kristo mulamu, era nti Baibuli ntuffu era ge mazima abantu bonna ge betaga singa babeera bayagala okugenda mu ggulu, ekyono kyakyusa obulamu bwe bwona.

Awandiise ebitabo bingi nnyo, naye nga okusinga byonna biyigiriza oba bivunula Baibuli, mungeeri esinga okutegerekeka.

Derek Prince Ministries Offices Worldwide

DPM–Asia/Pacific
38 Hawdon Street, Sydenham
Christchurch 8023,
New Zealand
T: + 64 3 366 4443
E: admin@dpm.co.nz
W: www.dpm.co.nz and
www.derekprince.in

DPM–Australia
Unit 21/317-321
Woodpark Road,
Smithfield
New South Wales 2165,
Australia
T: + 612 9604 0670
E: enquiries@derekprince.com.au
W: www.derekprince.com.au

DPM–Canada
P. O. Box 8354 Halifax,
Nova Scotia B3K 5M1, Canada
T: + 1 902 443 9577
E: enquiries.dpm@eastlink.ca
W: www.derekprince.org

DPM–France
B.P. 31, Route d'Oupia,
34210 Olonzac, France
T: + 33 468 913872
E: info@derekprince.fr
W: www.derekprince.fr

DPM–Germany
Schwarzauer Str. 56
D-83308 Trostberg,
Germany
T: + 49 8621 64146
E: IBL.de@t-online.de
W: www.ibl-dpm.net

DPM–Nederland
Postbus 326
7100 VB Winterswijk
Phone: (+31) 251-255044
E: info@dpmnederland.nl
W: www.derekprince.nl

DPM–NORWAY
P. O. Box 129
Lodderfjord
N-5881, Bergen,
Norway
T: +47 928 39855
E: sverre@derekprince.no
W: www.derekprince.no

Derek Prince Publications Pte. Ltd.
P. O. Box 2046 ,
Robinson Road Post Office
Singapore 904046
T: + 65 6392 1812
E: dpmchina@singnet.com.sg
English web: www.dpmchina.org
Chinese web: www.ygmweb.org

DPM–South Africa
P. O. Box 33367
Glenstantia 0010 Pretoria
South Africa
T: +27 12 348 9537
E: enquiries@derekprince.co.za
W: www.derekprince.co.za

DPM–Switzerland
Alpenblick 8
CH-8934 Knonau
Switzerland
T: + 41(0) 44 768 25 06
E: dpm-ch@ibl-dpm.net
W: www.ibl-dpm.net

DPM-Uganda
Post Office Building,
Entebbe, Uganda.
W: www.derekprince.com/uganda

DPM–UK
Kingsfield,
Hadrian Way
Baldock SG7 6AN
UK
T: + 44 (0) 1462 492100
E: enquiries@dpmuk.org
W: www.dpmuk.org

DPM–USA
P. O. Box 19501
Charlotte NC 28219,
USA
T: + 1 704 357 3556
E: ContactUs@derekprince.org
W: www.derekprince.org

www.ingramcontent.com/pod-product-compliance
Ingram Content Group UK Ltd.
Pitfield, Milton Keynes, MK11 3LW, UK
UKHW020223250726
13967UKWH00001B/161

9 781908 594761